படைப்பின் பிழை

லோகி

ஏலே பதிப்பகம்

படைப்பின் பிழை– கவிதை
© லோகி 2021
எழுத்தாளர்: லோகி

முதல் பதிப்பு: அக்டோபர் 2021

வெளியீடு:
ஏலே பதிப்பகம்
5/175, பாத்திமா நகர்,
கூத்தென்குழி,
திருநெல்வேலி – 627104
தொடர்புக்கு: 9944992571

Padaippin Pizhai- Poetry
All Copy Rights Reserved By © Logi 2021
Author: Logi
First Edition: October 2021

Published By:
Aelay Publish
5/175, Fathima nagar,
Kuthenkuly,
Tirunelveli -627104
Phone: 9944992571

Design And Executed by

ISBN : 978-93-5533-083-3
Page : 72

கவிதைகள் பூமியெங்கும் பூப்பூக்கும்

வழக்கறிஞர் தி. கோவிந்தராசு,
புதுச்சேரி

தமிழ் நிலப்பரப்பைப் போல் கவிதை இலக்கியப் பரப்பும் வளர்ந்து கொண்டிருக்கின்றது. எழுத்தாளர்கள் உலகை வடிவமைக்கிறார்கள் என்பதை வளர்ந்து வரும் இலக்கிய உலகம் நமக்குச் சுட்டிக்காட்டுகிறது. குறிப்பாக இளம் படைப்பாளர்கள் நிறையபேர் எழுதிக் கொண்டு வருகிறார்கள் என்பது மகிழ்ச்சி அளிக்கிறது. அதில் மாணவர்களும் அடக்கம்.

மதுரை மண்ணிலிருந்து இளம்புயல் ஒன்று எழுத்துலகில் வீசிக்கொண்டிருக்கிறது. ஆங்கில இலக்கியம் படிக்கின்ற மாணவன் கவிதையின் காதலனாகி புதிய படைப்பொன்றை வழங்குகிறான். சங்கம் வளர்த்தத் தமிழ் மண்ணில் மதுரை மண்ணில் கவிஞர் உருவாவது ஒன்றும் புதிதல்ல அந்தக் கவிஞனின் பெயர் லோகேஷ். லோகேஷின் கவிதைகளைப் படிக்கும்போது இவரும் எழுத்துக்குப் புதியவரல்ல என்பது புலனாகிறது.

இந்தக் கவிஞரை எனக்குத் தெரியாது. எனது தோழி பேராசிரியர் முனைவர் திருமதி தேவசேனா செயசந்திரன் அவர்கள் இந்தப் படைப்பை அனுப்பி வாழ்த்துரை எழுத பரிந்துரைத்தார். ஓரிரு முறை கவிஞரிடம் தொலைபேசியில் பேசியதோடுதான் எங்கள் பழக்கம்.

சமுதாயம் நிறைய கற்றுக் கொடுக்கிறது. தான் பாதிக்கப்படும் நிகழ்வுகளை அல்லது தன்னைப்

படைப்பின் பிழை

பாதித்த நிகழ்வுகளைக் கவிதையாக்கித்
தந்திருக்கிறார் இந்த இளம் கவிஞர்.
எடுத்துக்கொண்டக் கருப்பொருள்கள்
பழையனவாக இருப்பினும் கவிதை புதியதாய்
தோன்றுகிறது.

'படைப்பின் பிழை' இக்கவிதை நூலின் தலைப்பு.
இது குறித்தக் கவிதையில் வாழ்க்கையின்
ஏற்றத்தாழ்வுகளைச் சாடுகிறார் கவிஞர். 'இறந்தும்
உயிர் வாழ்தல் வேண்டி' என்ற வள்ளுவப்
பேராசானின் குறளாக ஒலிக்கிறது கவிஞரின் குரல்.

ஓர் நாளில் உதித்த
இரு நிலவுகளில்
ஏற்றத்தாழ்வு ஏனோ
இறைவா
இது உன்
படைப்பின் பிழைதானோ...

என்ற கேள்வி கடவுளின் காதுகளுக்கு கேட்கிறதோ
இல்லையோ படிப்பவருக்குக் கேட்கும். இன்று
நேற்றல்ல மானுட உலகம் படைக்கப்பட்டதிலிருந்து
இந்த கேள்வி எழும்பி கொண்டுதான் இருக்கிறது.

ஆணவக்கொலை, ஊடக வலைதள சமுதாயம்
போன்ற நடைமுறை பிரச்சனைகள் கவிதைகளாய்
நம்மை வியக்க வைக்கின்றன. படிக்கின்ற போதே
படைப்பாளி ஆனவர்கள் குறைவு. அந்தப்
படைப்பாளிகளில் வென்றவர்களும் அதிகமில்லை.
ஆனால் இந்தக் கவிதைத் தொகுப்பின் மூலம்
வெற்றி முனையில் நின்றிருக்கிறார் கவிஞர்
லோகேஷ். அவரது கவிதைகளின் அடிப்படையிலே
அவரது வெற்றி தீர்மானிக்கப்படுகிறது

கண்ணீருக்குப் பஞ்சமில்லா
தேசத்தில்
தண்ணீருக்கு மட்டும்
பஞ்சம் ஏனோ
                (கண்ணீர் தண்ணீர் பஞ்சம்)

கட்டு சுமந்து செல்லும்
சிட்டு அவளின் இடையில்
பட்டு தெறிக்கும் - சொட்டு வியர்வை
மணம் பரப்பியது - குழந்தையின்
கிண்ணத்தில் இருக்கும்
நெய் சோறாய்
                (வியர்வை நெய்)

இதைவிடவும் பஞ்சத்தையும் வறுமையும் எப்படி
படம்பிடித்துக் காட்டுவது?

    காதலையும் இயற்கையையும் பாடாதக்
கவிஞர்கள் இல்லை. 'நீரின்றி அமையாது உலகு'
என்பது நாம் அறிந்த செய்தி. 'நீயின்றி அமையாது
உலகு' என்கிறார் கவிஞர். காதலில் இது புது ரகம்.

    இறைத்த மூச்சை
    இதயக்குழியில் இறக்கி
    இயக்கச் செய்த இறைவியே - என்
    இன்னுயிர் எங்கும் நிறைந்த
    நீயின்றி அமையாது உலகு

    காதல் முடிவில்லாதது என்பதற்கு இக்கவிதையே
சாட்சி. ' விளம்பரத்தட்டி' யோசிக்க வைத்தது.
எத்தனையோ உயிர்களை

படைப்பின் பிழை

இப்பதாகைகள் குடித்திருக்கின்றன.கவிஞர்
கூறுகிறார்,

கல்யாண வீடுகளை
கலகல,என சிரிக்கச்செய்து
காவுகள் சில வாங்கி
கனவுகள் பலவற்றை
உடைக்கச்செய்யும்
"விசித்திர சுவர் "

சிந்திக்குமா இச்சமுதாயம் ?
காதல் வேண்டாம் என்றாலும் கவிதை கூட
மறுக்கிறது. அழகான உவமைகள்

உன் மெல்லிடையிலே
துள்ளி விளையாட
சொல்லெடுத்து மேகக் கூட்டம்
வாயில் காக்குதடி

உன் பாதச்சுவடுகள்
எட்டு வைக்கும் சத்தம் கேட்டு
பற்றிய நதிகளும் - உன்
விரல் தொட ஏங்குதடி.

புதியதோர் உலகம் செய்வோம். கெட்டப் போரிடும்
உலகத்தை வேரோடு சாய்ப்போம் என்று பாடினார்
எங்கள் மண்ணின் கவிஞர் புரட்சிக்கவிஞர்
பாரதிதாசன்.

கவிஞர் லோகேஷ் 'புதியதோர் மதம் செய்வோம்'
என்கிறார்.

எப்படி,

மதத்தின் காரணமாய்
உதிர்ந்தவர்களின் உதிரங்களின்
சருகுகளை சாமியாய் கொண்டு
புதியதோர் மதம் செய்வோம்.

மதம் செய்யுங்கள் கூடவே மனிதமும் செய்யுங்கள்
கவிஞரே. மனிதனில் வேறுபாடு இல்லாதது தான்
உண்மையான மதம்.
முள்ளி வாய்க்காலின் முள் படிக்கும் போதே
நெஞ்சில் தைக்கிறது. கவிஞரின் நம்பிக்கை வலிக்கு
இதமாக இருக்கிறது. இன்றைய நடுத்தரக்
குடும்பங்களின் வாழ்க்கைத் தரம் உயர்ந்து
போனதாம்.

நடுத்தரக் குடும்பம்
தரம் உயர்ந்து
கேஸ் சிலிண்டர்
ஆயிரம் ரூபாய்

சிந்திப்பவன்தானே கவிஞன் ஆக முடியும். சின்னச்
சின்னக் கவிதைகள் மூலம் அதிகம் சிந்திக்க
வைக்கின்றன.

பண்பால் பார்த்து
அன்பால் ஆதரிக்காமல்
கள்ளிப்பால்
வற்றிவிட்டதால் என்னவோ
கற்பழிப்பால்
கொல்லுகின்றனர் பெண்களை

இந்தக்கவிதையில் கறுப்பாக வடிகிறது பால்.
குப்பையில் கிடக்கும் குழந்தையைப் பார்த்து
கண்ணீர் வடிக்கிறார் கவிஞர்.

படைப்பின் பிழை

வயிற்றுக்குப் படைத்தவனும்
வயிற்றுக்குப் புசித்தவனும்
வீதியில் போட்ட
எச்சில் இலை
குப்பையில் குழந்தை

இப்படி நூலெங்கும் சிறகடித்துப் பறக்கிறது கவிதைப்பறவை. எடுத்துக்கொண்ட பொருள்கள் எழுத வேண்டியவை. இன்னும் சமுதாயத்தின் வேர் பார்த்து எழுத வேண்டியவை நிரம்ப இருக்கின்றன. மாணவர் கவிஞராக மாறும்போது புதிய பாதைப் புலப்படுகிறது. வறுமையை வாழ்க்கையைப் பற்றிக் கவலைப்படாமல் இந்த மண்ணுக்கு ஏதாவது செய்யவேண்டும் என்ற உந்துதல் கவிஞரிடம் நிறையக் காணப்படுகிறது.

இந்தப் படைப்பும் பிழையல்ல, படைப்பாளன் பிழை நீக்க வந்த சூரியன் என்பதால் உலகில் சமத்துவம் மெல்லப் படரும் என்று நம்புகிறேன். இது நிலம் ஜெயித்த விதையல்ல. பாறையை உடைத்து வளர்கின்றத் தரு. இந்தத் தரு விருட்சமாகும் கவிதைகள் பூமியெங்கும் பூப்பூக்கும் என வாழ்த்துகிறேன்.

03/ 10/2021,   நம்பிக்கையுடன்,
புதுச்சேரி.   தி.கோவிந்தராசு

என்னுரை

எங்கள் வாழ்வும் எங்கள் வளமும் மங்காத தமிழ் என்று சங்கே முழங்கு... நம் சமூகத்தில் நாம் கடந்து செல்லும், நம்முடன் நடந்து செல்லும் பல உணர்வுகளை என் கண்ணோட்டத்தில் கண்ட தொகுப்பே இந்நூல்.

பேருந்து நிலைய தூசியில் துவங்கி காதல்,கண்ணீர், சோகம், வலி, வழி, என பல சமூக குமுறல்களின் குரலாய் கருவறைக்குள்ளும் கற்பனையாய் சில, கண்டுணர்ந்த சில என கவிதை பேசி அநீதிக்கு எதிரான தூசியில் நிறைவடைந்து, புதிய வழி தேடி வருகிறது என் "படைப்பின் பிழை".

என்னை ஊக்குவித்த என் தாய்த்தமிழுக்கும், ஈரைந்து மாதங்கள் சுமந்து என்னை ஈன்ற தாய்க்கும், இரு தோள் சுமந்து உலகத்தின் ஒளி காட்டிய தந்தைக்கும், என் வரி கண்டு வழிநடத்திய ஆசான்களுக்கும், என் உயிருள் கலந்த உறவுகளுக்கும், என் உயிரான நண்பர்களுக்கும் என் உணர்வு கலந்த நன்றிகள்.

மேலும் இப்படைப்பிற்கு அணிந்துரை அணிவித்து வாழ்த்திய வழக்கறிஞர் தி.கோவிந்தராசு ஐயா அவர்களுக்கும் ஏனைய சான்றோர்க்கும் உறவுகளுக்கும், என் படைப்பை அழகாய் கையில் தவழச்செய்த பதிப்பகத்தோர்க்கும் என் அன்பு கலந்த நன்றிகள்.

அன்புடன்,
லோகேஷ் சேகர் (லோகி)

என்னை தாயுமானவனாய் மாற்றிய
என் முதல் குழந்தை........

பேருந்து நிலைய பயணம்

தூசி நிறைந்த பேருந்து நிலையத்தில்
துயரங்கள் மறந்து நான் வீற்றிருக்க
கடந்து செல்லும் பேருந்துகளாய்
காலங்கள் கடக்க...
காத்திருந்தேன்...

ஏனென்று தெரியவில்லை
எதற்கென்று புரியவில்லை
எத்தனையோ கடந்து சென்றும்
ஏற என் மனம் விரும்பவில்லை...
வீற்றிருந்தேன்...

எத்தனையோ விழிகள்
என்னை பார்க்க என் மனம் ஏனோ
அவள் விழியால் ஈர்க்க...
விழித்திருந்தேன்...

கடந்து சென்ற ஏதோ ஒன்று- என்
கால்பற்றி இழுக்க
அவளின் காந்தவிழி -என்
உயிர்பற்றி இழுக்க...
ஒற்றை மனிதனாய்
இரட்டை பேருந்தில்
பயணத்தை தொடங்கினேன் நான்...!!

காதல் சொல்ல வந்தேன்

தயங்கினென்
தவித்தேன்
தலைசுற்றி நின்றேன்
அவளிடம் அதை கூற...

நடுங்கினென்
நடந்தேன்
நாணம் கொண்டேன்
அவளிடம் அன்பை காட்ட...

கண்மூடினேன்
கள்ளம் செய்தேன்
கனவுகள் கண்டேன்-அவளிடம்
காதலை வெளிப்படுத்த...

இத்தனை செய்தும்
இன்னும் தடுக்கிறது - ஏதோ
என்னவளிடம் என் மனதை
எடுத்துக்காட்ட...!!

கண்ணீர்...தண்ணீர்...பஞ்சம்...

காலை முதல்
காலி குடங்கள்
சாலையிலே காத்திருக்க...

கன்னி பெண்கள்
வீட்டினுள்ளே தாழிட்டு
வீற்றிருக்க...

காத்திருந்த குடங்கள் ஏனோ,
காலியாகவே காத்திருக்க...
கயவன் கையில் பெண்கள் ஏனோ
அகப்பட்டு கண்ணீர் வடிக்க...

கண்ணீருக்கு பஞ்சமில்லா
தேசத்தில்
தண்ணீருக்கு மட்டும்
பஞ்சம் ஏனோ...!!

அந்த மூன்று நாட்கள்

அன்பிற்காக ஏங்கச் செய்யும்
அன்பானவர்களையும் ஏச சொல்லும்
அந்த மூன்று நாட்கள்...

வலியை ஏற்கச் செய்யும்
வாழ்க்கையை வெறுக்கச் செய்யும்
அந்த மூன்று நாட்கள்...

எண்ணங்களை மறக்கச் செய்யும்
எவரையும் வெறுக்கச் செய்யும்
அந்த மூன்று நாட்கள்..

உற்றாரையும் ஒதுங்கச் செய்யும்
உறவுகளையும் விலகச் சொல்லும்
அந்த மூன்று நாட்கள்...

பெண்ணியம் பேசும் - ஆண்
பெருமக்கள் உணரா பெருந்துன்பம் கொண்ட
நாட்கள்
அந்த மூன்று நாட்கள்..!!

வியர்நெய்

நாற்று நட்டு,
களையெடுத்து - நெடுவயல் நிறைய
நீர்ப்பாய்ச்சி...

பெருநிரை திரிந்த வரப்புகள்
நிறைய கதிர் அறுத்து,

கட்டு சுமந்து செல்லும்
சிட்டு அவளின்- இடையில்
பட்டு தெறிக்கும்- சொட்டு வியர்வை
மணம் பரப்பியது-குழந்தையின்
கிண்ணத்தில் இருக்கும் நெய்ச் சோறாய்...!!

விலைமகள்

ஆடம்பரத்திலும்
ஆடம்பரம் காட்டாமல்
எரியும் அகல் விளக்கு அவள்...

கண்ணீர் கரைவது போல
சிலர் கரைந்து போக
இளகிக் கொடுப்பவள் அவள்...

இணக்கம் கொள்வதை
நோக்கம் எனக் கொண்டவர்க்கும்
இறுக்கமான மனதுடன்
இலகுவாய் இருப்பவள் அவள்...

அவளிடம்,
அநீதியும் இல்லை அவதூறும் இல்லை,
சாதியும் இல்லை சங்கமும் இல்லை,
சமத்துவத்தின் சங்கமம் அவள்...

ஆம்,
சமத்துவம் பரப்புகிறாள்
சம்பந்தம் அற்ற அவளின்
சந்ததிக்காக...!!

பின்னொரு நாள்

காதல் கொண்ட அவள்
களிப்புடன் நின்றிருப்பாள்
கலகலப்பாய்...

என் மனம் எங்கும் நிறைந்தவள்
தன் மனம் முழுதும் மலர்ந்திருப்பாள்
மகிழ்ச்சியாய்...

மலர்மாலை சூடியவள்
மனமகிழ்ந்து மயங்கிருப்பாள்
மங்கையாய்...

மணக்கோலம் பூண்டவள்
மணமேடை தரித்திருந்தால்
மணமகளாய்...

என் அருகே அவளிருக்க
மணமுடிந்து மகிழ்ந்திருந்தால்
தன்னவனுடன் என் கண்ணெதிரே...
பின்னொரு நாளில்...!!

செல்லமே

கருவாய் கனிந்து
உருவாய் உச்சி முகர்ந்து - என்
உலகாய் உலகறிய வந்தவனே,
உன் பிஞ்சு கரங்களில்
என் உள்ளம் தஞ்சம் கொண்டதடா...

கொண்ட செல்வம் போதாதென
கொள்ளை செல்வம் கொள்வோர் நடுவே
நான் கொண்ட பெரும் செல்வம் நீயே!
முத்தே! மணியே! நான் கொண்ட செல்வமே
என் நெஞ்சம் நீங்கா செல்வம் நீயடா செல்லமே...!!

கட்டடக்காடும் யுரேனிய கதிரும்

ஓங்கி உயர்ந்து
ஆங்காங்கே வளர்ந்த மரங்கள்
தேங்கவும் இல்லை - கிளைகள்
தங்கவும் இல்லை...

ஒட்டி நிற்கும் மரங்களிலே
ஓட்ட மறுக்கும் உயிர்கள்
உயர் மின்னழுத்தமோ
உயிரிலே மின்னழுத்தமோ...ஏனோ?

உயிர்கள் ஓடும்
உயிரோட்டத்தில்
உறவுகள் இல்லா உயிர்கள்
உண்மையில்லா உறவுகள்...

பெரு வெள்ளம் தாக்கி
பெற்றதெல்லாம் தூக்கிச்செல்ல
உணவு உற்பத்திக்கே
உயிரின்றி தவித்தன உயர்ந்தவையெல்லாம்...

ஒளிக்கீற்று ஒளிந்து கொள்ள
உயிர் வேண்டி காத்திருந்தன
யுரேனிய கதிரிடம்
ஒற்றுமையாய் மொட்டை மரத்தில் தற்காப்பிற்கு...!!

நீயின்றி அமையாது உலகு

வானிருந்து இறங்கியது போல்
வாகனம் ஏறி வந்தவளே
ஏறி இறங்கியது என் இதய துடிப்பு...

நீ தேடி வந்ததாலோ
நினைவு மாற்றம் கொண்டதாலோ
உலகின் ஒட்டு மொத்த காற்றும்
ஒற்றை மூச்சில் உள்ளிறங்கியது...

மூச்சிறைத்தேன் - கண் விழித்தே
மூர்ச்சித்தேன், மொத்த உலகும்
இருளாய் தோன்ற
ஒற்றை ஒளியாய் உன் முகம் காண...

இறைத்த மூச்சை
இதயக்குழியில் இறக்கி
இயங்கச் செய்த இறைவியே - என்
இன்னுயிர் எங்கும் நிறைந்த,
நீயின்றி அமையாது உலகு...!!

ஏக்கத்துடன் வாழ்வு

விரல் பிடித்ததில்லை,
விவகாரம் செய்ததில்லை,
விழியை மட்டுமே பார்த்தேன்
வீழ்ந்தேன்...

உன் ஒற்றை பெயரை கேட்டு
உரைநடையாய் இருந்த வாழ்வு,
கவியாய் கனிந்து
காதல் காவியம் படைக்க
துடியாய் துடித்தது...

துடித்தேன், வெளி உலகிற்கு
நடித்தேன்,தன்னந்தனியே
சிரித்தேன், பித்து பிடித்து போனேன்
ஆம், உன்னால் பித்தனாய் போனேன்...

முழுநிலவு நாளொன்று
பித்தனாய் பிதற்றியவன்
சித்தனாய் மாற
திக்காமல் பிதற்றினேன்
உன்மேல் கொண்ட காதலை
உவமை ஏதுமின்றி...

உவமையற்றதால்-என்
உணர்வை உளறல் என்றெண்ணினாளோ
தெரியவில்லை தெளிவும் இல்லை...

மாலையில் மனம் இறங்குபவள்
காலையில் கரைகின்றாள் - ஏனோ,
கானல் நீராய்...

கானல் நீரிலாவது
கண்டு வந்தேன் கண்மணி அவளின்
கலை முகத்தை...

ஏனோ, சில நாட்களாய்
நீர் வற்றியதோ கலங்கியதோ
முகம் காண முடியாமல் - என் மனம்,
விரல் தொடமால் வந்த காதல்
விடியலை காணும் முன்
விவாகரத்தில் முடியுமோ என நான்
ஏக்கத்தில் வாழ்வு...!!

கரை தட்டிய கப்பல்

கடல் கடந்து பலர்
கனவுகள் பல சுமந்து செல்ல
தரையில் தட்டுத்தடுமாறி
கடல் காண கப்பலாய் - நான்
காத்திருக்க...

காசு பணம் ஏதும் இன்றி
கண்டவர் ஏச காதில் வாங்கி
கடங்காரனை கண்டு நடுங்கி...

பிழைக்க வழி கிடைக்க மறுக்க
விழி இரண்டும் வழி தேடி காத்திருக்க.,

பிழைக்க தெரியா அப்பனும்,
பிணிக்கு சரிந்த ஆத்தாளும்,
பள்ளிக்குச் செல்லும் இளையாளும்
தனித்திருக்க...

நடுத்தரக் குடும்பத்தில் பிறந்தது
என் தவறா - இறைவா!!
நடுங்க வைப்பது உன் தவறா...

வாயை தவிர வேறில்லை
வாய்ப்பைத் தரவோ ஆளில்லை
கரை தட்டிய எனக்கு
கடல் காண வழியில்லை...

கனவுகள் பல சுமந்து
கடல் காணும் கனவைக் கொண்டு
காத்திருக்கிறேன்,
கரை தட்டிய கப்பலாய்...!!

விளம்பரத்தட்டி

வானை எட்டும்
வண்ணக் கட்டிடமாய்
வாசகங்களுடன் வளர்ந்து
நிற்கும்...

சின்னச்சின்ன கடைகளிலும்
சிரித்து நிற்கும்,
உயர்ந்த நிறுவனங்களையும்
உயர்த்திக் காட்டும்...

அரசியல் தலைவர்களின்
ஆடம்பரத்தை அழகாய் காட்டும்,
திரையுலக பிரபலத்தை
திமிராய் நிறுத்தும்...

மணவிழா தொடங்கி
மரண விழா வரை
மலைக்க வைத்து
மார்தட்டி நிற்கும்...

விளம்பரத்தை தேடும்
விசித்திர மனிதர்களின்
விசுவாசத்தை காட்டுவதுபோல்
விஸ்வரூபம் எடுத்து நிற்கும்...

இன்பம் பல தந்து
இடியாய் சில அடிகளை
இறக்கி இதயம் உடைவதை
வேடிக்கை பார்த்து நிற்கும்...

கல்யாண வீடுகளை
கலகலவென சிரிக்கச் செய்து
காவுகள் சில வாங்கி
கனவுகள் பலவற்றை உடைக்கச்செய்யும்
விசித்திர சுவர்...!!

புதிய பாதை

இயற்கையின் இணையில்லா
இன்பத்தை இன்னலென்று
இதயமின்றி அழித்தோம்...

அன்னையாய் அரவணைத்து
அன்பின்பால் அளித்ததை
அறிவின்றி அழித்தோம்...

மரம் மனித உயிரின்
அரண் என மறந்து
அறுத்து எறிந்தோம்...

காற்றைக் கொடுத்த
காட்டை கண்மூடித்தனமாக
களையெடுத்தோம்...

இன்றோ,
நடக்க பாதையில்லை என,
நடப்பட்டவற்றை அழித்து
பாதை அமைக்கின்றோம்...
ஆக்சிஜனை அளந்து
அடைக்கும் காலத்திற்கு - நாளை
நடந்து செல்ல...!!

அவளின்றி அவனில்லை

உறவின் ஆதிப்புள்ளி
உலகின் மையப்புள்ளி.,
அவளின்றி ஏதுமில்லை
அணுக்கூட அசைவதில்லை...

அன்பாகவும் அழுகையயாகவும்
அழகாகவும் அணங்காகவும்
ஆதியாகவும் அனைத்துமாகவும்
இருந்தவளை,

ஆணிற்கு நிகரில்லை என்றனர்
ஆம், ஆணிற்கு நிகரில்லை
அவளின்றி ஆண் என்ற அவனில்லை...!!

வாரிக் கொடுக்கும் வறுமை

ஏனோ
என் வாழ்வில் வந்தாய்,
விரும்பியவர் எல்லாம்
விலகிச் செல்ல - விருப்பமில்லை
விரட்டி வந்தாய்...

வந்தது எல்லாம் கரைந்து செல்ல
வாரி வாரி வழங்கினாய்.,
பெற்றதெல்லாம் விட்டுச் செல்ல
பெருமசுமையாய் நீ நின்றாய்...

பெற்றதை சுமக்க
பெருமூச்சு விடுமுன்னே
பெற்றதாய்,வாயிலில் நிற்போரிடம்
பெருமை மறந்து
பொறுமை காக்கச் செய்தாய்...

ஏனோ,
என் வாழ்வில் வந்தாய்
உன்னை ஒழிக்க நினைத்தவனை
ஒளிந்து கொள்ள செய்தாய் - என்
பெருமை மறந்து சிறுமை செய்த
வறுமையே எவருக்கும்
பிடிக்காத என்னை - நீ மட்டும்
பிரிய மறுப்பது ஏனோ...!!

உயிர்ப்புடன் ஒரு உறக்கம்

பல தலைமுறைகளை
பார்த்து,

சருகாய் சரிந்தாலும்
மருந்தாகவும், வயலுக்கு
விருந்தாகவும்
வளமாய் காத்து...

பச்சிளம் பட்சிகளுக்கு
பாதுகாப்பாய் பண்பாய்
பவனம் கொடுத்து...

பலபேருக்கு - தன்
பாரம் கொண்டு
பதறியவர்களுக்கு பயம்போக்கி
பாதுகாப்பாய்
நிழல் கொடுத்து...

மனம் நோகாமல்
மறக்காமல் மரணம் வரை
மாரியை கொடுத்து...

பாழாய் போன மனிதர்க்கு
உயிர்க்கொடுத்து
பட்டுபோகாமல்
உயிர்ப்புடன் இருக்கும்பொழுதே
உறக்கம் கொண்டது
வெட்டப்பட்ட மரம்...!!

என் முன் நடந்த நந்தவனம்

செங்காந்தள் போர்த்திய
முல்லைக்கொடி அவள்-என்
முன் நடந்தாள்...

வெள்ளை தாமரையில்
செவ்விதழ் பூத்து
முத்துக்கள் சிதற சிற்றிடையாள் அவள்
செல்லமாய் நடந்தாள்...

மாலை நேர மலர் அது
இதழ் குவித்து மொட்டாவது போல்
என் உயிராய் மொத்தமாய் குவித்து
சிரித்துச் சென்றாள்...

மலர் நிறைந்த
நந்தவனம் அவள் - என்
மனம் எங்கும்
நங்கூரம் இட்டு சென்றால்...

மலரச் செய்த மலர் அவள்
மலர் வாடாமல் இருக்க
மழையை தருவாளா
தவித்திருக்கிறேன் தாகத்துடன்...!!

காதல் அது குறையவில்லை

காதல் அது குறையவில்லை
கனவு அது கானல் ஆகவில்லை...

ஒரு நூறு பெண்களை கண்டும்
காணாமல் சென்ற இருவிழி - ஏனோ உன்
கருவிழி கண்ட நொடி
கைதாகி நின்றது...

சில நிமிட இடைவெளியில்
இரு வகுப்பு நடைவெளியில் - ஓடோடியது என்,
ஒரு தலை காதல்...

காதல் இல்லை என்றாள்
காத்திருந்தேன்,
வேண்டாம் என்றாள்
விலகியிருந்தேன்...

விலகி இருக்கின்றேன்
விட்டுவிடவில்லை - என்னை
விதைத்து வைத்துள்ளேன்
என்றேனும் ஒருநாள்
என்னை நினைப்பாய் -என்ற
நம்பிக்கையில்...

காதல் அது குறையாமல்
கானலாய் கரையாமல்...!!

காதலே.. ஓ... காதலே..

காதலே ஓ காதலே!!
என்னுள்ளே ஏன்
வந்தாய் நீ...

கண்ணீரில் காவியம்
படைத்தாய் நீ..
முரடனான என்னை
முரண்பாடான ஒன்றாக்கினாய் நீ...

காதலே ஓ காதலே!!
என்னுள்ளே ஏன்
வந்தாய் நீ...

கரம்பற்றி
கரை சேர்த்தாய் நீ...
கரைசேரும் நேரம்
கரம் உடைத்தாய் நீ...

காதலே ஓ காதலே!!
என்னுள்ளே ஏன்
வந்தாய் நீ...

அமிர்தத்தை அள்ளி
பருகச் செய்தாய் நீ...
அடுத்த நொடியே இதயத்தை
நொறுக்கி சென்றாய் நீ...

காதலே ஓ காதலே!!
என்னுள்ளே ஏன்
வந்தாய் நீ...

உறவென்றாய் உயிரென்றாய்
உன் உயிர் என்று
உருகி எடுத்தும் சென்றாய்...

நடைப்பிணமாய்
நான் கிடக்க
நகைத்தபடி நடந்து சென்றாய்...
நான் வாழ்வதா?வாழ்வதா?

காதலே ஓ காதலே!!
என்னுள்ளே ஏன்
வந்தாய் நீ..?

விண் மறந்து மண் நுழைந்த நாள்

(கல்லாய் காய்ந்து கிடந்த என் மனதிலும் காதல் நீர்
சுரக்க செய்து, என் மனம் நுழைந்த
ஏழிலைப்பாலையின் மணம் நிறைந்த என்
ஆதினிக்கு என் முதல் பிறந்தநாள் கிறுக்கல்)

வெண்மேகம் கண்ட பெண்ணிலவே,
பொன்னிறம் கொண்ட வெண்ணிலவே,

மதுவை சுரக்கும் மதியே,
விண்ணில் விரியும் மலரே,
மலரே மதுரமே - தேன் சுரக்கும்
உந்தன் இதழோரமே...

விண்மீன் கொண்டு
விழித்துப்பார்க்கும் விந்தை பெண்ணே,
நான் பேணும் மொழி போதவில்லை
நின் அழகை நான் கூற...

வான்சுடரே வானதியே
வான் பிறந்த தேவதையே
காதலே கார்காலமே
இந்த நாள் நீ விண் மறந்து
மண் நோக்கி வந்த நாளோ
அன்பே நான் உன்னை காண....!!

கவிதேசத்தின் காவியமோ நீ...

உன் கண்களின் கணநேர சிமிட்டலில்
கவிதைக்குள் கார்கில் போரை
காட்டியவளே...

உன் செவ்விதழ்
உதடுகள் கண்டு
செவ்வானமும் மறைய
மறுக்குதடி...

உன் பவள கழுத்தில்
பார்வை பதித்து
பாற்கடலும் பரிதவித்து
நீர் இன்றி வற்றியதடி...

உன் மெல்லிடையிலே
துள்ளி விளையாட
சொல்லெடுத்து மேகக்கூட்டம்
வாயில் காக்குதடி...

உன் பாத சுவடுகள்
எட்டு வைக்கும் சத்தம் கேட்டு
வற்றிய நதிகளும் - உன்
விரல் தொட ஏங்குதடி...

காவியமாய் பிறந்தவளே
உன்னை கவிதையாய் வடிக்க
காத்திருக்கிறேன் நானடி...
கவி தேசத்தின்
காவியமோ நீ...!!

பிரசவம்

ஈரைந்து மாதங்கள்
இன்பம் கொண்டு
இருப்பிடம் மறந்து

கருவுற்ற நாளிலிருந்து
கண்மூடி உறங்க மறந்து

ஈரைந்து மாதங்கள்
இன்பம் என்று ஒன்றை மட்டும் கொண்டு

பல இரவுகள்
திரும்பி படுக்காமல்
திக்கு முக்காடி

அவளின் மறுபிறப்பை மறந்து
அன்பு உயிர் ஒன்றின் பிறப்பை மட்டும் கொண்டு

ஓர் நொடியில்
ஒரு யுகத்தின் வலியை உணர்ந்து
பிற சவத்தின் நிலையை அடைந்து
பிறப்பிக்கும் உன்னத நிலை
பிரசவம்...!!

கருவறைக்குள் நான்

இருள் சூழ்ந்த சொர்க்கம்
இடுக்கிக்கொண்டு துயில் கொண்டேன்
கண் திறவ முடியா நிலை
திறந்திருந்தாலும் அறியா சூழ்நிலை...

இருட்டு அறைக்குள்
இத்தனை இடைஞ்சலா.,
நீட்டி படுத்தேன்
உந்தி பின் தள்ளியது,
உடைக்க உதைத்துப் பார்த்தேன்
உற்சாக குரல் என் செவியை தட்டியது...

ஒற்றையாய் தவிக்கும் தேசத்தில்
உரக்க உரைக்கும் குரல் யாருடையது?...
உலகம் அதிர்வதாய் உணர்கிறேன்
உள்ளம் மட்டும் அன்பை காண்கிறது...

படைப்பின் பிழை

கட்டி இருக்கும் கயிறு வழியே
கடத்தி வரும் மூச்சு யாருடையது...
நிர்வாணமாய் ஈரைந்து மாதம் நீந்தியும்
நித்திரை அடையாமல் நிந்திப்பது யாராலே..?

காரிருளில் கட்டுண்டு கிடக்கிறேன்
நீருக்குள் நிலைகொண்டு நிற்கிறேன்
அடைபட்டு கிடந்தும் அன்பை உணர்கிறேன்...
ஒற்றைக் குரலைக் ஓயாமல் கேட்கிறேன்...

வெளி சென்று பார்க்க
ஒளி எங்கே வழி எங்கும் தேடுகிறேன்...
ஒரு நாள் என்று ஒலி கேட்டதும்
உற்சாகம் கொண்டேன்,
விடுதலை அடைய - ஆனால், விருப்பம் இன்றி,
காத்திருக்கிறேன் விழித்தபடி...!!

ஒற்றை அரசன்

ஒற்றை கருவாய் தோன்றி
ஒற்றை அரசனாய் வளர்ந்தவன் அவன்...

அவனிடம் சண்டையிட சகோதரி இல்லை
ஆதரிக்க அக்காவும் இல்லை
பாசத்தை பங்குகொள்ள நாதியில்லை
பண்டத்தை பகிர்ந்துண்ண தேவையுமில்லை...

மொத்த கனவையும் ஒற்றையாய்
சுமப்பவன் அவன்... தனியாளாய் தரணி ஆள்கிறான்
என எண்ணுபவர் எண்ண
தரணிக்குள்ளே தனித்திருப்பவன் அவன்...

மொத்த பாசத்தையும் பெற்றவன்
என பிறர் எண்ண
பகிர்ந்தளிக்க பந்தத்தை தேடுபவன் அவன்...
தமக்கை இன்றி,
தமையன் அன்றி தனித்திருப்பவன் அவன்...

உலகில் சிலர் தேடும் வரத்தை
சாபமாய் பெற்றவன் அவன்...

கோடி பேர் கூடி இருக்க,தனக்கென
தனி உலகம் அமைத்து
தனித்திருப்பவன் அவன்
ஒற்றை கருவாய் வந்த
தலைமகன்...!!

படைப்பின் பிழை

ஒரே நாளில்
உருவம் கொண்டு
இரு வேறு இடங்களில்
இருப்பிடம் கண்டு...

அரண்மனையில்
ஒருவன் மகிழ்ந்திருக்க
அனாதையாய் ஒருவன் அடைந்திருந்தான்...

பிறந்த தினம் ஒன்றில்
ஒருவன் வளர்பிறையாய்
மகிழ்ந்திருக்க
ஒருவன் பிறந்த காரணம் தெரியாமல்
மெலிந்திருந்தான்...

ஓர் நாளில் உதித்த
இரு நிலவுகளில் ஏற்ற தாழ்வு ஏனோ
இறைவா இது உன்
படைப்பின் பிழைதானோ...!!

உலகம் உன் உறவே

அன்பாய் அணைத்து
ஆதரவாய் பேச
மாந்தர்கள் உடன் இல்லை என்றால்
அனாதையோ..!!

இயற்கையை நேசி
இன்பம் பிறக்கும்
மரங்களும் நீ சாய மடி தரும்...

செடிகளும் உன் சிநேகிதம் கேட்கும்
ஆறுகளும் உன்னை
ஆறுதலாய் அணைத்துக்கொள்ளும்...

பூவிதழ்களும் -உன்
புன்னகை விரும்பும்
அரும்புகளும் -உன்
அன்பிற்கு ஏங்கும்...

மலைகள் என்ற மாபெரும் குடும்பம்-உன்னை
மன்னனாக்கும்

இயற்கை அன்னை
உன்னை அணைக்க
உலகமே உன் உறவாகும்
அனாதை என்ற சொல்
அருவமாகும்...!!

சிவசக்தி

இன்பம் காண இச்சை கொண்டு
பச்சை மண்ணை கொச்சை படுத்தி
பலர் கரம் இணைந்து
பலாத்காரம் செய்து..

சில நொடி இன்பத்திற்கு
சிறு பிள்ளையென பாராமல்
உன் மேனி தொட என்னும் முன்னே
அவன் திராணி அற்று போக,

தலை நிமிர்ந்த ஆண்களை
சிரம் தாழ செய்த
சில சிறு நரிகளின்
சிரம் கொய்திட.,

சீறி எழு
சிறு பெண்ணாய் அல்ல
சிவசக்தியாய்...

ஆணவக்கொலை

பாரினிலே நல்ல நாடு
நம் பாரத நாடு
பல காதல்களை பந்தாடிய பாசிச காடு...

ஊழிக்காற்றில் உலர்ந்து
எங்கும் சிதறியோடும்
சருகுகளில் படிந்திருக்கிறது
சாதியர்களால் சரிந்த
காதலர்களின்
உறைந்த உதிரம்...

சாதிக்காக சாணக்கியர்கள்,பல
சாங்கியம் பார்க்க
சாதி வளருது
காதலித்தவர்களின் சங்கை அறுக்க

ஆவணங்கள் பல வைத்து
அன்பு மழை பொழிந்து
அருமை காதல் செய்தோரை
அறிவால் சேர்க்காமல்
அரிவாளால் அறுத்தெரிந்து...

ஆவணங்களை அழித்து
ஆணவக்கொலை என்றனர்
ஆம்,
ஆணவக்கொலை
என்று தான் மாறுமோ
இந்த அவல நிலை...!!

புதியதோர் மதம் செய்வோம்

புதியதோர் மதம் செய்வோம்,
அன்பே உருவாய்
காதலே கருவாய்
புதியதோர் மதம் செய்வோம்!!!

மதத்தின் காரணமாய்
உதிர்ந்தவர்களின் உதிரங்களின்
சருகுகளை சாமியாய் கொண்டு
புதியதோர் மதம் செய்வோம்!!

காவியே, காதலின் காரணியாய்
வெண்மையை, அன்பின் வெளிப்பாடாய்
பச்சையே, பரிவின் பண்பாய்
மூவர்ண கொடியை கொண்டு
முத்தாய் ஒரு மதம் செய்வோம்!!

புதியதோர் மதம் செய்வோம்
அருவம் ஆகும் வரை
அன்பே உருவமாய் கொண்டு
புதியதோர் மதம் செய்வோம்...!!

வலைதள சமுதாயம்

முன் நின்ற தலைமுறை
முனைந்த தொழில் கொண்டு
வர்ணங்களாய் வரையறுக்க.,

பின் நின்ற தலைமுறை
சாதி என்றும் மதம் என்றும்
சமத்துவத்தை சரிபாதியாய்
சரித்திட...

சாதி மதம் மறந்து
சமத்துவம் அதை மருந்தாய் கொண்டு
சகமனிதனை
சமமாய் எண்ணும் சமுதாயமாய்
இத்தலைமுறை மாற்றும் என
கனவு அதை கண்டு... ஆம்,
வெறும் கனவாக கண்டு
கண்டவர்கள் காத்திருக்க,,

நவீன யூகத்திற்கு ஏற்றாற்போல்
நாகரீகமாய்
நாகரிகமற்ற சாதியும் மதமும்-வன்முறையுடன்
வளர்கிறது வலைதளத்தில்...!!

ம(னி)தம்

உறுதியான உள்ளம் கொள்ள
இயற்கையை இறைவனாக்கினான்
ஆதியில் உதித்தவன்....

இறைவனையே இனமாக்கினான்
இடையில் இணைந்தவன்
மனிதம் சொல்லி தந்தவனை மறந்து
மதம் சொல்லி பிரிந்தான் அவன்...

இருப்பிடம் கொண்டு
இனம் பிரித்தவனும்
இன்ப துன்பங்களில்
இணைந்தே நின்றான்...

பேரிடர் காலம் மட்டும்
நேயம் காட்டும் நாம்
பேரின்ப காலத்தில்
பேதம் பார்ப்பது ஏனோ ?...

மதம் என்ற மதம் பிடித்தோரே
மண்ணில் சாயும்போது
உன்னை மடி தாங்குவது
யார் என அறிவீரோ?..

இயற்கை இம்சிக்கும் வேளையில்
இறைவனை மறந்து
இயங்கும் நாம்
இன்று மறுப்பது ஏனோ?..

மதம் மறந்து
இனம் மறந்து
இயற்கையை தொழுது
மனிதத்தை போற்றும்
காலத்தை ஏற்போம்...
அதுவரை காப்போம்
மனிதத்தை...!!

தோழனை பிரிந்த தோழியின் குரல்

ஆசை கொண்டேன்
அவன் அன்பை கண்டு
அன்பாய் பேசும் அவன் பண்பை கண்டு...

அவன் தோழியாக ஆசைக் கொண்டேன்
அவனை நண்பனாக்க ஆசைக் கொண்டேன்...

தோழனாய் அவன் இருக்க
தோள் சாய ஆசைக் கொண்டேன்...

அவனிடம் பேச தயக்கம் கொண்டேன்
அவனை தாங்கிக்கொள்ள ஆசை கொண்டேன்...

கானகம் எங்கும் சுற்றியவன்
கை அருகே வந்ததும்
களிப்படைந்தேன் என் தோழன் எனக்கென்றேன்...

கையில் கிடைத்தவன்
கானல் நீராய் தூரம் சென்றான்...

தூரம் சென்றவன் - என்
துயரறிந்து வருவானா என் நண்பனாய்
காத்திருக்கிறேன்...!!

முப்பால்

அதிகாரம் படைத்தவர்
ஆயிரம் இருந்தாலும்
அதிகாரம் இன்றி
அதிகாரங்களை அழகாய் அமைத்து...

பொறியியல் கற்காமல்
பொதுமறை என்னும்
பொற்கோவிலை
பொருத்தமாய் இரண்டடியில் அமைத்தவன்...

அறத்துடன் பொருள் சேர்த்து
இன்பமாய் தந்தவனே
இமை மூட மறுக்கின்றன
உன் ஈரடிகளை கண்டதும்...

எம்மொழியும் எந்நாடும் போற்றும் வள்ளுவத்தை
எம்மொழியாம் செம்மொழியில்
நன்மொழியாய் கொடுத்தவனே...

தென்னாடின்றி எந்நாடும்
கொண்டாடுகிறது உன்னை...

எட்டாய் பகுத்த வாழ்வை
ஏழில் அடக்கி
எழில்மிகு குறளாய்
எமக்கு அருளியவனே...

எங்கும் காண்கிறேன்
உன் குறளின் பிம்பத்தை - நான் அறியா
உன் குரலிலே...!!

பாரியாளின் அனுமதிக்காக

கொன்றையில் மலர் சூடி- என்னைக்
கொள்ளை கொண்டவளே...

பாழி நகரின் விழி கொண்டு
பறம்பெங்கும் பாடித் திரிந்து,
முருகன் கண்ட வள்ளியாய்
முட்களுக்கும் முல்லையாய்...

ஏழிலைப்பாலையை ஏங்கச் செய்யும்
வனமகளாய்,
வணைந்த வண்ணக்கொடியே....

சாணைக்கல்லின்றி கூர் தீட்டிய விழியாலே
விரிந்த மார்பை வீழ்த்தி - என்
மனதை பறித்த கள்ளியே...

சோமபானம் துறந்தேன் - உன் விழியில்
சோக ரேகை படராமல் பார்க்க,
நீயில்லா நரகம் கடந்து
உன் மடியில் சொர்க்கம் காணப் பார்க்கிறேன்...
பாரியாளே.... பாரி உன் அனுமதிக்கேட்டு...!!

தந்தையானவன்

பத்தடுக்கு மாளிகை கட்டி
மெத்தை மேல மெத்தை போட்டு
சொத்து சேர்த்து வச்சது இல்ல...

ஒத்த வேல சோத்துக்கும்
ஒடுங்கி நிக்க வீட்டுக்கும்
ஓரமா நிக்க செஞ்சதில்ல...

ஓட்டு வீடும்
ஓலை பாயும்
சொர்க்கம் தான் அது எனக்கு
என் அப்பா நீ இருந்தா...

திருவிழா கூட்டத்துல
திக்கு தொலைஞ்சு நின்னதில்ல
தோள் கொடுக்க நீ நின்னதால...

பத்து பவுன் நகை போட்டு
ஒத்த வீடு வாங்கி கொடுத்து
ஒய்யாரமா கட்டி கொடுத்தவனே!!

பட்டு மெத்தையில
பத்து வீடு கட்டி வச்சும்
உறக்கம் ஒன்னும் வரல
ஓலை பாயி சுகம் இல்ல...

கட்டி கொடுத்து கட்டவிழ்த்தவனே
காணாம தேடுறன் உன்ன
கண்ணீரா கரஞ்சதேனோ...!!

ஓலை பாயும் இங்கிருக்கு
தோள் கொடுக்க நானிருக்க
ஓய்யாரமா வா ராசா...
என் மகனா நீ வா ராசா...!!

தாயை இழந்த சேயின் குரல்

நான் கண்ண கசக்கினாலே
கண்கலங்கி துடிப்பவளே
நான் கதறி அழும் சத்தம் - உன்
காதுல தான் கேக்கலையா...

ஊரெல்லாம் ஆயிரம் உறவு
சுத்தி நின்னாலும்
உன் ஆறடி சேலையா தான
நான் சுத்தி வந்தேன்...
சுத்தி வந்த என்ன நீயும்
மொத்தமா விட்டு போனதென்ன...

நான் ஜெயிச்சு வந்த நாளெல்லாம்
கண்ணு படும்னு நீ சுத்தி போட்ட
கண்ண மூடி நீ கெடக்க
சுத்தி போட யாரிருக்கா...

சொந்த பந்தம்
சுத்தி நின்னாலும்
சொக்க தங்கம் நீ இல்லோம - ஒரு வாய்
சோறு இறங்காதே...

ஒத்தையா நீ நின்னாலும்
மொத்த வாழ்க்கையும்
எனக்கு கொடுத்த
சொந்த காலுல நான் நிக்க
சுமை எதுக்குன்னு நீ போனியோ..?

கண்ண கசக்கி நான் நின்னா
கண்கலங்கி துடிப்பவளே
கதறி அழுது நான் கெடக்கரன்
கண்ண திறந்து பாரு தாயி
மண்ண விட்டு வா தாயி...!!

உப்பின் உறவுகள்

உப்பில் ஊறியவன்
உணர்ச்சிகளை ஒளித்து வாழ்கிறான்...
உணவிற்காக செல்லும் போதும்
உயிரை வென்றே வருகிறான்...

கண்டமெல்லாம்
கண்டவரெல்லாம்
கண்ட இடத்திலே சுட்டு தள்ள - கண்ணில்
கண்ட இடங்களில் பதுங்கி வருகிறான்...

இங்கு இருக்கும் சிலர் காணாமல் விட
அங்கு இருக்கும் சிலர் கண்டாலே சுட,
ஈரக்கொலையை கையில் பிடித்து
ஈழ எல்லை சென்று வந்தாலும்...

ஈர நெஞ்சத்தில் சிறிதும்
இடரின்றி உறவாய்
உழைக்கும் உறவுகள்
கடல் அரசர்கள்...!!

கனன்ற காற்று

(பட்டாசு தொழிற்சாலையில் பஞ்சத்தினால்
உழைக்க வந்த பிஞ்சு குழந்தைகளும், அவர்களின்
பசி போக்க வந்த பலரும் கனன்று எரிந்ததை கண்டு
குமுறிய குரல்)

கரும்புகை காற்றில் மேவ
கந்தக துகள்கள் கலந்து தூவ
'அ' கோரமாய் நடந்து நின்றது
கோரம் ஒன்று...

கஞ்சி ஊற்றிக் கொண்டு வந்த
கைப்பிடி ஆட்டம் நிற்கவில்லை
கனன்று நின்றது
கதறும் சத்தம்...

கடுங்குளிர் காலம் தான்
கத்திரி வெயிலாய் சுட்டது
கனன்று எறிந்த காற்று...

அக்கினிக் குஞ்சை
கட்டடக் காட்டுக்குள்
அடைத்தவன் எவனோ!!
அடங்க மறுக்கிறது அலறல் சத்தம்...

விதிமீறலா இல்லை,
விதியின் மீறலா
விடை தெரியாமலே
விதியை முடித்துக்கொண்டதோ
விசுவாசத்திற்காய் விலை போன கூட்டம்...!!

முள்ளிவாய்க்காலின் முள்

வரலாறு தன்மீது
வடு பதித்துக் கொண்ட நாள் இது,
ஈழ நிலத்தில்
ஈனக்கூட்டம் இனத்துரோகம் செய்த நாள்...

புலிகள் நம்பிக்கை என்ற
வாக்கை நம்பி நடந்த போது,
புறமுதுகில் தன் இனத்தானே
நகம் பதித்த நாள்...

முள்ளிவாய்க்காலில்
தமிழ் குருதி படிந்த முட்களும்
தண்ணீர் குடிக்க மறுக்கின்றன
தாக்கத்தினால் தாகம் அற்றதோ?
துரோகத்தின் காற்று பட்டதால் பருக மறுத்ததோ?...

தாய்நிலத்தை கேட்ட மக்களை
தன் நிலத்திலே கொன்று புதைத்து
ஆர்பரித்தக் கூட்டம் - துரோகத்தின்
துணை இன்றி நிற்கும் நேரம்,
விடுதலை தேடும் வித்துக்கள் விடியல் காணும்...

எம்மின வித்துக்கள்
வடிந்த குருதியின் நிறம் ஏறி,
புதைத்த வீரர்களின் உரமேறி,
தமிழீழம்,தரணியறியும்...

வெங்காய வியாபாரி

கறுப்பை
கறை என்ற
கரை வேட்டிக்காரர்களின்
கடிவாளங்களை இறுக்க
களம் கண்ட
காட்டுமிராண்டி அவன்...

மனிதம் மறந்து
மதம் பிடித்தோர் மத்தியில்
மனிதம் கண்டு
மலர்ந்து வந்த - கறுப்பு
மலர் அவன்...

ஆணாதிக்கம் மேலாதிக்கம் என
ஆள் ஆளுக்கு செய்த ஆதிக்கத்தை
அறுவடை செய்த
வெங்காய வியாபாரி அவன்...

ஆம்,
விலைவாசி விண்ணை தொட்டாலும்
பகுத்தறிவு வெங்காயத்தை
பரவலாக விற்ற
பகுத்தறிவு விவசாயி அவன்...
கல்லாய் நின்றும்
கைவிடாது விற்கின்றான்...!!

எல்லாம் எட்டும் உயரம்

நெடுந்தூரம் பல பயணித்து
தொடும்தூரம் சில காத்திருக்கு
நீ அடையும் தூரம் காண
விண்மீனும் விழித்திருக்கு...

கண்ணே மணியே நீ உயர
தாய் மனது காத்திருக்கு கண் அயர

சாதிக்க பலர் ஏங்கி
அடிகள் பல தாங்கி
படைப்புகள் கிடக்கு
வீணாய் பல தேங்கி

போகும் பாதை
பாரம் இல்லை
வானம் ரொம்ப
தூரம் இல்லை
எட்ட நினைத்தால்
எதுவும் உயரம் இல்லை...!!

கண்ணாடிகாரி

நட்சத்திர கட்டிகளை
கட்டம் கட்டி காவல் காத்து
குத்தும் ஒரு பார்வை வீசி
உலகம் மொத்தம்
மறக்க செய்தாய்...

சிவந்த ரோஜாவுக்குள்
மறைந்த முத்துக்கள் - உன்
பளிங்கு பலகையில்
பிரதிபலிக்க...

உன் ஈரிரண்டு அறைகளால்
என் நான்கறைகளை திறந்தவளே
கண்டதும் கவிழ்ந்தேனடி
உன் கண்களின் அழகில்,
என் கண்ணாடிகாரியே...

சமூகம்

சமமற்ற பல முகங்களுடன்
சமநிலை தேடுகிறது
சமூகம்...!!

கடற்கரை காதல்

கடலே வற்றியது
கடலை வற்றவில்லை
காதல்...!!

பசி

இரு விழிகள் பலநூறு உயிர்கள்
பல லட்சம் குரல்கள் சில கோடி ஏக்கங்கள்
ஒரே உணர்வு பசி...!!

வாழ்க்கை தரம்

நடுத்தர குடும்பம்
தரம் உயர்ந்தது,
கேஸ் சிலிண்டர் ஆயிரம் ரூபாய்...!!

இரகசிய காதல்

இதழ்கள் ரகசியம் பேச
இமைகள் மூடிக்கொள்கின்றன
இரகசிய காதல்...!!

புல்லாங்குழல்

இதழோடு
இதழ் பதித்து அவள்
உடல் எங்கும் என்
விரல்கள் நர்த்தனமாட
மெல்லிய குரலில்
முணங்குகிறாள்
புல்லாங்குழல்...!!

காவிரி... கழுத்தோரம்

காவிரி ஆறு
கரை புரண்டு ஓடுவதை
கண்டேன்
கண்மணியே,உன்
கழுத்தோரம் வியர்வை
நெளிந்து செல்லும்
அழகிலே....

முதல் திலகம்

குவிந்த இதழினால்
குனிந்து என்
நெற்றியில் பதித்த
முதல் திலகம்
அன்னையின் முத்தம்...!!

பெண் பால்

பண்"பால்" பார்த்து
அன்"பால்" ஆதரிக்காமல்...

கள்ளிப் "பால்"
வற்றிவிட்டதால் என்னவோ..

கற்பழிப்"பால்" கொல்லுகின்றனர்
பெண்களை...!!

குப்பையில் குழந்தை

வயிற்றுக்கு படைத்தவளும்
வயிற்றுக்கு புசித்தவனும்
வீதியில் போட்ட எச்சில் இலை
குப்பையில் குழந்தை...!!

தூசி

எங்கு அநீதி என்றாலும் - அவன்
குரல் பாய்கிறது,
காற்றில் மிதக்கும் தூசிக்கு திசைகள் ஏது...!!

படைப்பின் பிழை

படைப்பின் பிழை